காதல் முடிவிலியாய்

ஷாரிகா தேவதாஸ்

காதல் முடிவிலியாய்

கவிதை

ஆசிரியர் : ஷாரிகா தேவதாஸ் 2022 ©

முதல் பதிப்பு : டிசம்பர் 2022

வெளியீடு : ஏலே பதிப்பகம்

5/175, பாத்திமா நகர், கூத்தென்குழி,

திருநெல்வேலி - 627104

தொடர்புக்கு : +91 9944992571

Kadhal Mudiviliyaai

Poetry

All rights reserved

by   Sharika Devadas 2022 ©

First Edition : December 2022

Pages: 69

ISBN : 978-93-5533-577-7

Aelay Publish

Contact : +91 9944992571

Designed by : Aelay publish team

ஷாரிகா தேவதாஸ்,

இவர் பி.எஸ். சி கார்டியாக் டெக்னாலஜி படித்து வருகிறார். இலங்கைத் தமிழரான இவர் இந்தியாவிலுள்ள ஈழத்தமிழர் குடியிருப்பில் வசித்து வருகிறார். இவர் 40 நூல்களில் துணை எழுத்தாளராகவும்,'' **நங்கையின் குரல்** "என்னும் நூலில் தொகுப்பாளராகவும் இருந்துள்ளார். இதுவே இவர் எழுதும் முதல் நூலாகும்.

Instagram – sharikadevadass
E-mail – sharikadevadass08@gmail.com

என்னை ஈன்றவர்களுக்கு நன்றி!

உங்களைப் பற்றிக்
கவிதை எழுத
பேனாவை எடுத்தேன்...
வார்த்தை வரவில்லை!
கண்ணீர் தான் வருகிறது...
பேனா கூட மை கசிய மறுக்கிறது!
உங்கள் தியாகங்கள் அனைத்தையும்
ஒற்றைக் கவிதையில்
அடக்கி விடக் கூடாது என்று....

என்ன சொல்லப் போகிறாய்?...

காதல் கண்மணியே!
என் காதலைக் கொஞ்சம் ஏற்பாயோ ?

என் காதல் கல்லுக்கு
உயிரூட்ட வந்த
சிலை நீயடி!

சிற்பியாய் நானே செதுக்குகிறேன்
உணர்வென்னும் உளி எடுத்து
ஓவியம் படைக்கிறேன்!

என்னோடு இணைந்து
காதல் காவியம் படைக்க...
உனக்குள்ளே மனக்கடலில்
புதைத்து வைத்த காதல் புதையல்
அதை பத்திரமாய் நீயே எடு!

தித்திக்கும் திறவு கோளாய்
நானே வருகிறேன்...
திகட்டாத இன்பம்
அதை இக்கணமே தருகிறேன்!

காதல் முடிவிலியாய்

உணர்வுகளில் இன்பம் தந்து
உன் இரு கண்கள் மறைப்பேன்!

துன்பத்திலும் இன்பம் கொஞ்சம்
இரவல் வாங்கி உனக்காகத் தருவேன்!

நீ சிந்தும் கண்ணீர் துளியில்
உன் துன்பம் கொஞ்சம்
துடைத்து எடுப்பேன்!

நீ இன்பத்தில் முகம் மலர்ந்தால்
வாடாமல் காத்து நிற்பேன்!

என் மன அறையில் உன் அறையை
அலங்காரம் செய்து வைப்பேன்!

என் காதல் கண்மணியே!....

அதற்குள்ளே உன்னை வைத்து
அனுதினமும் அழகு பார்ப்பேன்!

உன் விழிகள் என் மனம் தீண்ட
ஆயிரமும் செய்ய விழைவேன்!

என் காதல் அத்தனையும்
உனக்கேப் பரிசாய்த் தருவேன் !

என் வாழ்க்கையின் சிம்மாசனத்தில்
ராணியாய் நீயே அமர
காதலில் தவமிருப்பேன்!

நீ தலை தாழ்த்தி
முகம் சிரித்து
தலை அசைக்கும்
ஒரு நிமிடம்.....
என் வாழ்வில் வீச இருப்பது
தென்றலா! அனலா! என
அதுவே முடிவு செய்யும்....

காதல் வந்தால் சொல்லி அனுப்பு...

காதலின் கத கதப்பில்
காத்திருக்கிறேன் கண்மணியே!

கனவில் நினைத்த
கன்னி அவளை
கண்டு வந்த கண்கள் இங்கே!
காணச் சொன்ன
மனமோ எங்கே?

என் காதலைத் தூது விட
கன்னி அவளை நாடி இருக்குமோ?
அன்றி,
அவள் உள்ளம் என்னவென்று
அறிந்து வரப் போயிருக்குமோ?

என் கோபத்தையும்
குணமாய் மாற்றும்
குணவதியாய் கண்டேன் அவளை!

காதல் முடிவிலியாய்

குழப்பம் சூழ்ந்த
எந்தன் நெஞ்சுக்கு
பதில் மொழியாய்ப்
பெற்றேன் அவளை...

வானுலகின் தேவதையே
கீழிறங்கி வந்தது போல
மெல்லிடையை மெதுவாய் அசைத்து அவள் நடப்பது
தரையில் அல்ல...
என் மனதில்!

என் இதயமும்
அழுது புலம்புகிறது...
உன்னைப் பற்றிய புலம்பலைக்
கேட்க முடியாமல்!

மனதைத் துளையிட்டுக்
காதல் அமிழ்தம்
ஊட்டிய உன்னைக்
கடுகளவும் மறவேன்!

என்னவளே!
என்றும் உன்னைப் பிரியேன்...

கண்மணியே !
உனக்காகக் காத்திருப்பேன்,
நாளெல்லாம் உந்தன் நினைவினில்...

கனவினில் வடிவமைப்பேன்
நாம் வாழப் போகும்
காதல் வாழ்க்கையை....

விருப்பம் பாதி தயக்கம் பாதி கடலில்
ஒரு கால் தரையில் ஒரு கால்...

என் காதல் கள்வன் அவன்!
கண்ட உடன் காதல் இல்லை...

கண்ட அவன் முகம்
நினைவிலும் இல்லை!

முகம் அறியாது வந்த அவன்,
உத்தமன் இராமனா?
இல்லை,
கோபியரின் கார்முகில் வர்ணனா?

என்னென்று விடை அறிவேன்?
எதை நம்பி என்னைத் தருவேன்?

காதல் என்றால் என்னவென்று
கண்ணால் காட்டித் தருவானோ?
இல்லை,
காமம் ஒன்றே போதும் என்று
என் காதலைக்
கசக்கிப் பிழிவானோ?

பார்த்து வளர்த்த
தந்தை முகம் !
ஊட்டி வளர்த்த
தாயின் முகம்!
கூட இருந்த சகோதரனையும்
மீண்டும் பார்க்க விடுவானோ?
இல்லை,

நிபந்தனைகள் போல போட்டு
என் நெஞ்சைப்
பூட்டி வைப்பானோ?
உணர்ச்சிகளுக்கு
உருவம் தரும் ஓவியனா?
இல்லை,
உணர்ச்சியுள்ள என் நெஞ்சை
உருகுழைத்து விடுவானோ?

காத்திருந்தாய் அன்பே
என் காதல் நீ தானே...

ஆயிரம் கேள்விகளுக்குள்ளே
காதல் என்னவென்று
குழம்பிக் கிடைக்க...

குழப்பங்களுக்கு முடிவாய்
வந்தவன் நீ!

எனக்குள் வழியும் காதலை
உனக்குள்ளே கொடுக்க
ஏதோ தடுக்கிறது!

அது கூச்சமா!
இல்லை,
எனக்குள் இருக்கும் அச்சமா?
பயத்தோடு வந்த எனக்கு
கண்களால் ஆறுதல் சொன்னாய்!

சினத்தோடு சீண்டும் போது,
சிறு பிள்ளையாய் முகம் வாடினாய்!

நான் மகிழ்ச்சியில் முகம் மலர்ந்தால்
மனதோடு நீயும் மகிழ்ந்தாய்!

கண்ட உடன் காதல் இல்லை ....
காணக் காண வந்த காதல்!

நேற்று இல்லாத மாற்றம் என்னது!

கேளடி கண்மணி...

பூட்டி வைத்த
எந்தன் நெஞ்சை
திறக்க வந்த தேவதையே!

காதல் என்ற வரத்தை
நீயும் ஆயுள் வரை
தந்தால் போதும்...

என் காதலின் ஆயுள்
அதை பூர்த்தி செய்ய
நீயே வந்தாய் !

நான் இதுவரை
காணாத காதலையும்
எனக்காக நீ காட்டினாய்!

மௌனமாக
காற்றோடு பேசிய
இரவுகளை எல்லாம்
உன்னோடு பேசிக் கழித்தேன்!

நாம் அமர்ந்த இடம்
அமர்ந்து
கற்பனை செய்து பார்த்தேன்!

நீ உரசிச்ச சென்ற
சட்டை நுனியில்
உன் வாசனை
நுகர்ந்து பார்த்தேன்!

நீ பரிசளித்த பொருட்களில்
ஒரு உயிரோட்டம்
துடிக்கக் கண்டேன்!

நீ அனுப்பும் குறுஞ்செய்தி
என் இதயத்தில்
கிச்சில் மூட்ட
வெட்கத்தில் தலை குனிந்தேன்!

ஆளில்லா சாலை ஓரம்
கரம் கோர்த்து
நீயும் நானும்
நடந்து போக
பொறாமையில் பட்டாம் பூச்சி
முறைத்துக் கொண்டே
பறப்பதை கண்டேன்!

 காதல் முடிவிலியாய்

மழை சாரலில்
குடை இன்றி
நீயும் நானும்
அமர்ந்து பேச
நுனி மூக்கில் துளி பட்டு
சுய நினைவு வரக் கண்டேன்!

நெடுஞ்சாலையில் காற்றோடு
போட்டிப் போட்டு
ஊர்தி உலா...
தென்றல் வந்து காதுக்குள்ளே
" நீ அதிர்ஷ்டசாலி" எனக் சொல்வதை கேட்டேன்!

திருவிழாவில் விற்ற
நீர்க் குமுளி
நீ வாங்கி
அதை ஊதும் போது,
" தேன் இதழின் சொந்தக்காரன்
நான் அல்ல நீயே "என்று
நீர்க் குமுளி
பொறாமையில் சாவதைக் கண்டேன் !

அவள் கூந்தலில் இருந்து
சிதறிய நீர் துளி
அவளை விட்டுப் பிரிய
மனம் இன்றி
அவள் கழுதைக்
கட்டிப் பிடித்திருந்தது!

கண்ணில் இட்ட
கண் மையோ
களைய மனம் இன்றி
கண்ணீர் வடித்தது !

என்னை நம்பி வந்த
நங்கை அவள் !
நாணம் அசையும்
நாணல் அவள் !

நினைவெல்லாம் நீதானே...

நேரமோ நள்ளிரவு
வானத்து நட்சத்திரங்களை
வாயில் காட்டியது போல
பல்லெல்லாம் மினுமினுக்க நிலவொளியில்
மின்மினிபோல்
கண் முன்னே
உன் முகம் தோன்ற
நீ வாய்மொழிந்த சொற்களையே வாழ்க்கைக்கு
ஆதாரமாக்கி
காதலெனும் கப்பலேற
முதன் முதலில் பிடித்த கரம் உன்னுடையதே !
என்னவனே!
நான் என்றும் உன்னவளே...

உன் ஐவிரல் தரும்
கதகதப்பிற்கு
என் விரல்களும் ஏங்கிட
நினைவுகளால் போர்வை
போர்த்திக்கொள்கிறேன்....
மீண்டும் ஒருமுறை
உன் கரம் பிடிக்கும்
நேரம் வராத என்ற
ஏக்கத்துடன்!

கடிகாரம் என்னும் காதலுக்குள்
மணி முள்ளாய்க்
காத்திருக்கிறேன்...
நொடி முள்ளாய்
உன் நினைவுகள்
என்னைத் தீண்டிச் செல்ல...
கடக்கிறது நேரம் மட்டுமல்ல
நான் சேர்ந்து வாழ
சேர்த்து வைக்கும்
வாழ்க்கையும் தான் ...

காதலியாய்...
உன் கரம் பிடிக்க
மனைவியாய்...
உன் மனம் கவர
துணைவியாய்...
மரணத்திலும் துணை வர
இந்த மங்கையின் மனமோ
உன் மடி சேர
துடிக்கிறது...

காத்திருக்கும் நிமிடங்களையும் நினைவுகளாய் மாற்றும்
சக்தி ஒன்று உண்டென்றால்
அது உன்னிடம் மட்டுமே!

தனிமையிலே கேட்ட பாடல்களும்
இனிமையாக மாறுகிறது!
நீ என் அருகில் இருக்கையில்...
காரணம்,
உன் மூச்சில் மென்மையில்
உன் ஒற்றைப் பார்வையில்
உன் கரம் தீண்டலில்
அர்த்தம் அறியா
வரிகளுக்குக் கூட
ஆயிரம் அர்த்தம்
உணர்கிறேன்...

நான் முணுமுணுத்த மெட்டுக்கு வரிகளாய் நீ வந்தாய்!

அலைமோதிய என் காதலுக்கு
முகவரி ஒன்றை
நீ தந்தாய்!

காற்றோடு கோர்த்த
கரங்களுக்கு
பிடிமானமாய் நீ வந்தாய்!

கரை புரண்ட வெள்ளமாய்
என் காதல்
அதை நீர்வீழ்ச்சியாய்
அழகு படுத்தினாய்!

இமை மூடி
காரிருள் சூழும் போது
இருளைப் பிழந்த
சிறு ஒளியாய்
உன் நினைவுகள்
என்னை ஒளிர்ச் செய்கிறது.

காத்திருக்கச் சொல்கிறது...
விழியோரம் தேங்கி நிற்கும்
கண்ணீர் துளி!
நீ வருவாய் என
ஆறுதல் சொல்லி
கண்ணங்களை உரசிச் செல்கிறது...

நெற்றியில் உரசும் குருமுடி
உன் முத்தத்தை
நினைவுபடுத்துகிறது!

காத்திருக்கிறேன்...
உன் காதல்
என்றும் குறையாதவளாய்!

உடல் மயிர் சிலிர்த்தது
காரணம் கேட்டேன்,
"அவன் தீண்டலை நினைவூட்டவே சிலிர்த்தேன்" எனக்
கூறி
மீண்டும் தோளோடு
சாய்ந்து கொண்டது.

புண்பட்ட என் நெஞ்சம்
உன்னை மட்டுமே தேடுகிறது
காயத்திற்கு காரணமே
நீயாக இருந்தாலும்,
நீயே மருந்தாகவும் ஆவாய்!
என்ற எதிர்பார்ப்பில்...

தொலைபேசி மணி
சத்தம் கேட்டு
ஓடி வந்த எனக்கு
மூர்ச்சில் சத்தம் கூட
உன் பெயராய் எதிரொலிக்கிறது...

காதலிக்கிறேன்...
உன் நிறைகளை மட்டுமல்ல
உன் குறைகளையும் சேர்த்து
மாற்றி அமைப்பேன்
உன் குறைகளையும்
நிறைகளாக ஒர் நாள் ...

கண்ணாடி கூட
வெட்கத்தில் முகம் மறைக்கிறது
என் பிம்பத்தின் அருகே
உன்னை கற்பனை செய்கையில்...

எத்தனை பேருக்கு முடியும்
நினைவுகளால்
நிமிடங்கள் கடக்க...
குரலால்
மனத்திரையில் முகம் வரைய
பெற்ற பரிசுகளால்
நெஞ்சை பரவசமாக்கிக் கொள்ள எத்துணை பேருக்கு
முடியும்

பரந்து விரிந்த காதலை
புரிதல் என்னும்
தூது கொண்டு
இக்கரையில் இருந்து
அக்கரை சேர்க்க
அக்கறையோடு
காதல் சக்கரம் சுழற்ற
எத்துணை பேருக்கு முடியும்?

முடிந்ததால் தான் கடக்கிறேன்
முடிந்த வரை கடக்கிறேன்
தொலை தூரக் காதலுக்காக
தொலைவில் இருக்கும்
என் காதலனுக்காக...

மாங்கல்யம் தந்துனானே மம ஜீவன ஹேதுனா...

தொடங்கியது பிரயாணம் ஆஹா கல்யாணம்!

மேளம் கொட்டி
தாலிக் கட்டி
வந்தாள் என் மனையாட்டி!
ஆட்டி வைத்தாள்
என் மனதை ஒரு வாட்டி

ஐடமாக நானிருந்த
என் அறைகளுக்கு
இவளே உயிரூட்டினாள்!

சமையலறையின்
சன்னல்கள் கூட
இவள் வந்த பின்பு தான்
புன்னகைத்தது.
பாத்திரங்களுக்கு
புது பொழிவு கிடைத்தது!

ஆறு மணி அலாரம் கூட
ராகமாக
என் காதில் ஒலித்தது!

நாளெல்லாம்
இவள் முகம்
கண்ட பின்னும்
கனவிலும் இவளே
வரத் துடித்தேன்!

அறையெங்கும்
அழுக்குச் சட்டை
வியர்வை நாற்றம்
மாறி...
மல்லிகை வாசம்
மூக்கை இழுத்து!

குறுந்தாடியில்
அரித்த முகம்
உன் கூந்தலுக்காகக்
காத்திருந்தது!

வெட்டியாகக் கடக்கும்
நேரம் கூட
என் கடிகாரம்
அவளையே பின் தொடர்ந்தது!

அவள் வருவதற்கு முன்
கட்டிப் பிடித்து
உறங்கிய தலையணை
காலுக்கு அடியில்
ஓய்வுக்கு சென்றது!

என் கண்மணி அவள்
நுனிமுடி மீது
கோபம் கொள்கிறேன்
நான் முத்தமிட ஏங்கும் கண்ணங்களுக்கு
அது முந்திக்கொள்ளும் போது!

உன் இதழ்கள் மீது
காதல் கொள்கிறேன்
நீ ஒவ்வொரு முறையும்
என்னை அழைக்கையில்!

விடியும் பொழுதில்
கண் திறக்கும் முதல் நொடி
உன் முகம் காணவே
காத்திருக்கிறது கண்கள்!

நீ பரிமாறும்
தேநீர் சுவையோ
அவ்வப்போது நினைவூட்டுகிறது
உன் எச்சில் சுவையை!

அலுவலகம் செல்ல
அலுவல் இருந்தும்
அழுவது போல்
ஏமாற்றச் சொல்கிறது
நெஞ்சம் கொஞ்சம்!

இருட்டில் கிடந்த அறைகளை மெழுகுவர்த்திகள்
அலங்கரித்தது.
இரவு நேர வீதி உலா
மொட்டை மாடிப் பேச்சு சத்தம்
மனதில் நீங்கா
இடம் பிடித்தது!

உயிரில் பாதி
இவள் என்று
உள் மனமும் எதிரொலித்தது!
ஊன் உயிர் இரண்டையும்
இவளிடத்தில் கொடு என்றது!

நீயும் நானும் சேர்ந்தே செல்லும் நேரமே...

காதல் முடிவிலியாய்

தொடங்கிய போது
நினைக்கவில்லை
என் வாழ்வின் தொடக்கம்
நீதான் என்று...
ஒன்று மட்டும் உரைக்கிறேன்
என் வாழ்வின் முடிவு
நீ மட்டுமே என்று!

என் காதலை
சொல்லத் துடிக்கிறேன்
ஏனோ கொஞ்சம்
தங்கியும் நிற்கிறேன்
சொல்லத் தானே
வார்த்தை வரவில்லை
என் கண் அசைவில்
புரிந்துகொள்
என் கண்ணாலனே!

இறுக்கிப் பிடிக்கும்
உந்தன் கரம்
விடாமல் என்றும்
நீளத் தோன்றும்.

சுத்தம் காக்க
நினைக்கும் கரங்கள்
ஏனோ மறந்து போகிறது
உன் வியர்வையை மட்டும்.

நீ கழட்டி போட்ட
சட்டை நுகர்ந்து
உன் வியர்வை வாசம்
ரசிக்கத் தோன்றும்.

மிஞ்சியிட்ட கால்களால்
உன் நெஞ்சில் கிச்சில்
மூட்டத் தோன்றும்

நீ ஊட்டி விட்ட
உணவை விட்டு
உன் விரலைக் கொஞ்சம்
கடிக்கத் தோன்றும்

தலையணைக்கு
வேலை இன்றி
உனக்குள்ளே
சுருண்டு கிடைக்கத் தோன்றும்

மழைத்துளி ஏந்தும்
மரக்கொடியினைப் போல்
உன் காதலை ஏந்தக்
காத்திருக்கிறேன்...

திரையில்
காதல் காட்சி கண்டால்
மனத்திரையில்
உன்னை நினைக்கிறன்...

உன்னைக் காதலிக்க
நேரம் போதாமல்
மறுநாளில் நாழிகை
கடன் வாங்குகிறேன் ...

காற்றின் திசையில்
பறக்கும் இலைபோல்
உன் காதல் பக்கம்
லேசாய்ப் பறந்து வந்தேன்

தென்றலாய்த் தீண்டிய
உன் விரலால்
என் மேனியை
சிலிர்க்க வைத்தாய்

தொண்டைக் குழியில்
விழுங்கிய எச்சில்
என் பயத்தைக்
காட்டிக் கொடுக்க
பயத்தில் நடுங்கிய
என் விரல்களுக்கு
உன் விரல் கொடுத்து
பயம் நீக்கினாய்...

என் விதியிலே
புதிதாய் ஒன்றை படைக்கவே
நீயும் வந்தாய்
என் மனதோடு
மானம் சேர்த்துக்
காதல் கள்வனாய்
கவர்ந்து கொண்டாய்!

கண்களிலே நீர் வழிய
காமமும்
காதலென்று காட்டினாய்...

உன் அணைப்பின் வெப்பத்தில் மூர்ச்சையான எனக்கு
நீயே உன் மூச்சால்
உயிர் கொடுத்தாய்

இதழ் பேசா மொழி கூட
கண்கள் பேசும்...
மனம் ஏங்கும் காதலையும்
கண்கள் பரிமாறும்
காதலோ!
காமமோ !
ஏக்கமோ!
பாசமோ !
இன்பமோ!
துன்பமோ!
இதழ்வழி வரும் முன்னே
கண்ணாடையில் கண்டறியும்
உறவொன்று கிட்டி விட்டால் வாழ்க்கையும் சுகமே!

வா வா என் தேவதையே...

முகங்கள் பல அறிந்திருந்தும்
நம் சாயலில்
உலகிற்கு
புது முகம் ஒன்றை
கொடுக்க நினைத்தோம் !

காத்திருந்த
என் கருமுட்டைக்கு
உன் உயிரணுவால்
உயிர் கொடுத்ததாய்

உலகிற்கு வரப்போகும்
உன் பிள்ளைக்காக
ஆயிரம் கனவு கண்டாய்

உன்னாலே
பெண்மை உணர்தேன்!
உன் அணைப்பில்
தாய்மையும் உணர்ந்தேன்!

நிறைமாத கர்பிணி
என்னை முழு நிலவாய்
ஒளிரச் செய்தாய்

வளையலின் ஓசையிலே
பல வசந்தம் காண
கற்றுக் கொடுத்தாய்

பிரசவ வலி
எனக்கென்றால்
மரண வலி
நீ உணர்ந்தாய்
செய்ய ஏதும்
வழிகள் இன்றி
சுவரோடு குமுறி அழுதாய்

செவிலி அவள்
முகம் மலர்ந்து
மகளென்று காட்டையிலே
வாராத கண்ணீரும்
வந்து எட்டிப் பார்க்கிறதே

உன் தாயவள்
பிறந்தாலென்று
உன் முகமும்
தங்கமாய் ஜொலிக்கிறதே !

வைரம் இவள்
புன் சிரிப்பில்
வேதனையெல்லாம் பறந்து போக
பட்ட கஷ்டங்கள்
அத்தனையும் மறந்து போக
செல்ல மகள் நடை பழக
கண்கள் அதை
நாட்டியம் போல் புனைகிறதே!

உன் மார்பில்
உறங்கும் நேரம்
அதை இருவருக்கும்
சமமாகத் தந்து
நீ விடும் நிம்மதி பெருமூச்சில்
முகம் மலர்ந்து
என் மேனி மயிர் சிலிர்கிறதே!

பல்லில்லா ஈறுகளில்
நா பட்டு எதிரொலிக்கும்
தங்க மயில் அவள்
மழலைப் பேச்சு
ஈரேழு ஜென்மங்களின்
இன்பம் எல்லாம்
கண் முன்னே தருகிறதே!

அவள் வாய் வழியே
"**அப்பா**" என்னும் சொல் கேட்க
இராப் பகலாய் மனமும்
தவம் கிடக்கிறது.

என் செல்ல மகளை
ஏந்தி நடக்கையிலே
அவள் தலை சாய்த்து
என் தோள் மீது உறங்கும் போது பாரமெல்லாம் சுகமாய்
மாறும்
சந்தோசம் மட்டுமே
மனதில் தங்கும்!

செல்ல மகள் உறங்கையிலே
உளறிய சொற்கள் சேர்த்து
அப்பா என்னும்
ஒரு சொல் கேட்டு
மனமோ மகிழ்ச்சியில்
குதிக்கிறதே!

தேவதையின் மேனி வரும்
பால் வாசனை
நான் நுகர்ந்த
பூக்கள் அத்தனையும்
அவள் பின்னே
வரிசையில் நிற்கும்

தரையில் கிடந்த
பொருட்களை
தாண்டி சென்ற
காலம் மாறி...
தேவதையின் பிஞ்சு கால்கள்
நோகுமோ என்று
ஒதுக்கி வைக்க
கரம் செல்கிறது

பாடிப் பழகாத
தாலாட்டுக் கூட
பக்குவமாய் பாட
வாய் வருகிறது.

அவள் சிற்றாடையிலே
நடந்து வர
சிறகில்லா தேவதை என
மனமோ
சிறகடித்துப் பறக்கிறது!

கையில் ஏந்திய
கை குழந்தை
காலங்கள் கடக்க
இன்று!
தோள் தாண்டி
வளர்ந்து விட்டாள்...

ஆச்சரியம் தீரும் முன்னே
தங்க மயில் பட்டம் பெற்றாள்!
பெருமையில் நீ
மார்தட்டிய காட்சி
அது மனதில் பதிந்திருக்கும்
கல்வெட்டாய்!

உன் தங்க மயில்
ஜொலி ஜொலிக்க
வேர்வையெல்லாம் பொன்னாக்கி
வேதனையை தூர வீசி
வாங்கி சேர்த்த தங்கம்
ஜொலிப்பது அதுவல்ல...
சந்தோசத்தில் உன் முகம்!

தாலாட்டி வளர்த்த மகள்
தரணி மிஞ்சும் பேரழகில்
மணப் பெண்ணாய் வருகையிலே
தந்தை உன் அடி மனமோ
வெயில் பட்ட
பனி துளி போல்
உருகி செல்ல வழி இன்றி
குழம்பியே நிற்கிறதே!

சிரிப்பிற்கும் அழுகைக்கும்
போர் ஒன்று நடக்கையிலே
பூப்போல காத்த கரம்
கரம் மாறிப் போகையில்
அழுகை அன்றோ
ஜெயித்து விடும்.

வீடெல்லாம் கேட்ட ஓசை
சல சல எனக்
கேட்ட சத்தம்
மீண்டும் கேட்கவே
மனமும் ஏங்கும்...

தொலைபேசியின்
சத்தம் கேட்டால்
மொத்தமும் மெய் மறந்து
பின்னங்கால் புறடி பட
மேல் மூச்சு வாங்கையிலே
அப்பா என்ற சொல் கேட்டு
அத்தனையும் மாயமாகும்...

அவள் மழழை குரல்
நினைவில் வரும்...

கண்ணம் சுருங்கிட நீயும் மீசை நரைத்திட நானும்...

கடமை எல்லாம்
முடிந்தது போல்
உன் முகம் காட்டும்
உணர்ச்சிகளை
கண் இமையே
இல்லாதது போல்
வெறித்துப் பார்க்க
மனமோ சொல்லும்...

அள்ளி உன்னை
அணைத்துக் கொண்டால்
காமம் இன்றி
காதல் மட்டும்
அடை மழையாய்
வந்து விழும்!

கூட்டான்சோறு
ஆக்குவது போல்
ஆளுக்கொரு பருக்கையென
வயிர் நிரப்பி
நிம்மதியான வாழ்க்கையென சந்தோசத்தில்
மனம் நிரப்பி
கடக்கின்ற ஒவ்வொரு நாளும் மண்ணிலொரு
சொர்க்கம் தானே!

சுருக்கங்கள் மறைப்பது
முகத்தை மட்டுமே!
நெருக்கங்கள் என்றுமே
நமக்குள் இருக்குமே
நடுங்கும் உன் கைகளுக்கு
ஊன்று கோளாய்
நான் வருவேன்!
உதறும் உன் கைகளில்
சிதறும் பருக்கைகளை
பதறாமல் உனக்கு ஊட்டுவேன்...

குளிர்வரும் இரவுதனில்
போர்வையாய்
நான் இருப்பேன்...
நுனி காலில்
வெப்பம் உரசி
என் பிள்ளையாய்
உன்னைப் பாதுகாப்பேன்...

நோய் ஏதும்
உன்னைத் தீண்டினால்
உன் தாயாய்
நான் இருப்பேன்...

ஈரேழு பிள்ளை பெறினும்
நான் ஈன்றாப்
பிள்ளை நீயே!

இன்பமோ துன்பமோ
இனி இருக்கும்
காலமெல்லாம்
என் உயிரும் உன் கையில்!
உன் உயிரும் என் கையில்!

விடாமல் பிடித்து வைப்பேன்
எமனிடமே கேள்வி கேட்பேன்!

என்னை விட்டு
நீயும் சென்றால்
என் உயிரும்
உன் வசமே !

உன் கரம் பிடிக்கும்
நொடி வரவே
சொர்க்கத்திலும்
காத்திருப்பேன்!

முடிவிலா நம் காதல் என்றும் தொடரும் முடிவிலியாய் ...